Impressum
Verlag: BABADADA GmbH, Nedderfeld 112 , 22529 Hamburg
Geschäftsführer / Verlagsleitung: Harald Hof
Druck: Books on Demand GmbH, In de Tarpen 42, 22848 Norderstedt

Imprint
Publisher: BABADADA GmbH, Nedderfeld 112 , 22529 Hamburg, Germany
Managing Director / Publishing direction: Harald Hof
Print: Books on Demand GmbH, In de Tarpen 42, 22848 Norderstedt, Germany

school
trường học

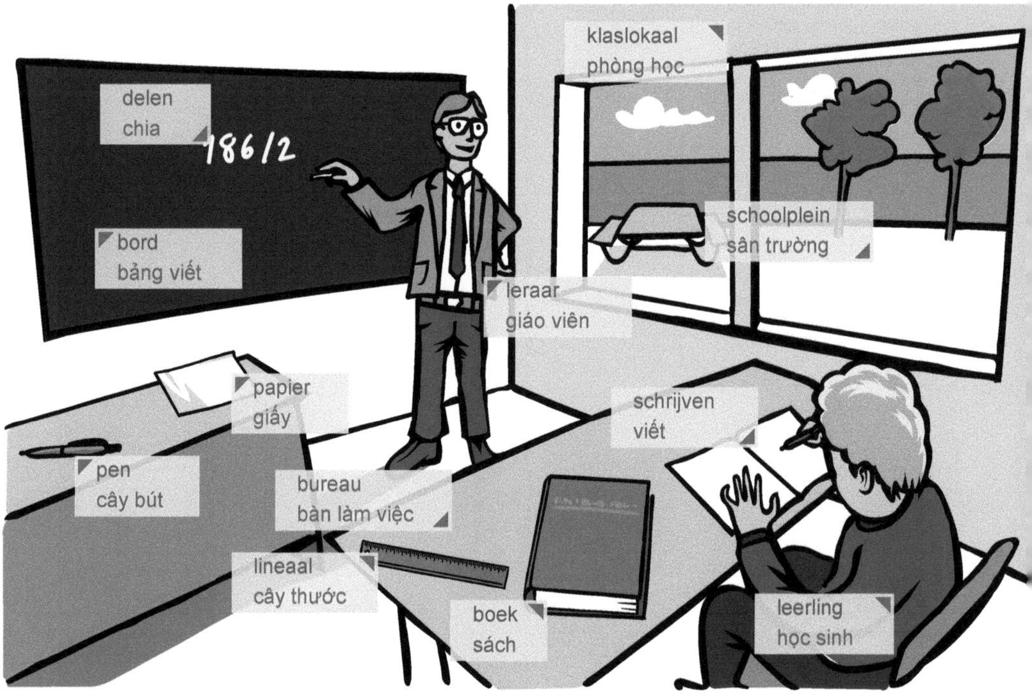

klaslokaal
phòng học
delen
chia
186/2
bord
bảng viết
schoolplein
sân trường
leraar
giáo viên
papier
giấy
schrijven
viết
pen
cây bút
bureau
bàn làm việc
lineaal
cây thước
boek
sách
leerling
học sinh

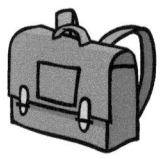

schooltas

cặp đeo vai học sinh

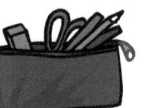

etui

hộp đựng bút

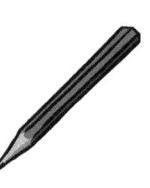

potlood

bút chì

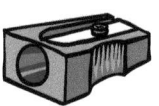

puntenslijper

cái gọt bút chì

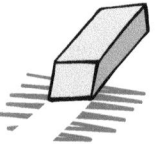

gum

cục tẩy

schetsblok

tập giấy vẽ

tekening

bản vẽ

penseel

cọ vẽ

verfdoos

hộp mực vẽ

schaar

cây kéo

lijm

keo dán

schrift

sách bài tập

huiswerk

bài tập ở nhà

getal

số

optellen

cộng

aftrekken

trừ

vermenigvuldigen

nhân

rekenen

tính toán

letter

chữ cái

alfabet

bảng chữ cái

hello

woord

từ

tekst

văn bản

lezen

đọc

krijt

phấn viết

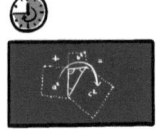

les

bài học

klassenboek

sổ lớp

examen

thi kiểm tra

diploma

chứng chỉ

schooluniform

đồng phục học sinh

opleiding

giáo dục

encyclopedie

từ điển bách khoa

universiteit

đại học

microscoop

kính hiển vi

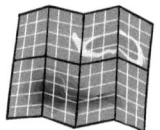

kaart

bản đồ

prullenmand

thùng rác giấy

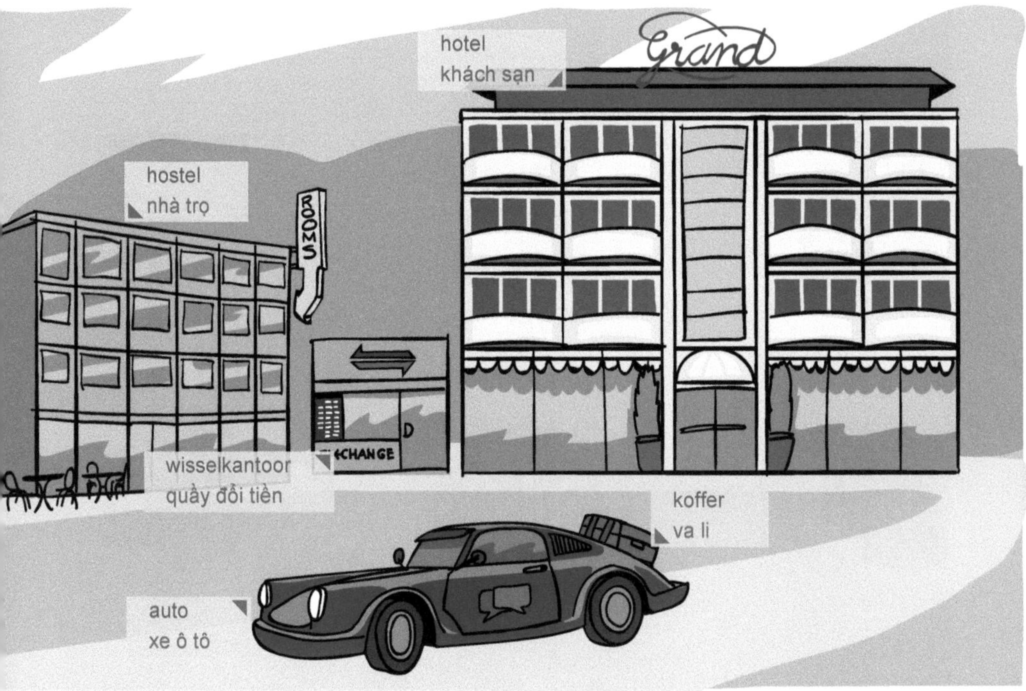
hotel
khách sạn
Grand
hostel
nhà trọ
ROOMS
EXCHANGE
wisselkantoor
quầy đổi tiền
koffer
va li
auto
xe ô tô

taal
ngôn ngữ

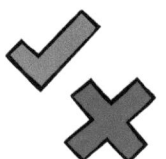

ja / nee
có / không

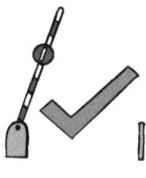

oké
ô kê

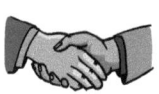

Hallo!
Xin chào

tolk
thông dịch viên

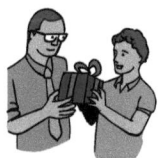

Bedankt.
cám ơn

Wat kost ...?

... bao nhiêu tiều?

Ik begrijp het niet.

tôi không hiểu

probleem

vấn đề

Goedenavond!

Xin chào! (buổi tối)

Goedemorgen!

xin chào! (buổi sáng)

Goedenacht!

chúc ngủ ngon!

Tot ziens!

tạm biệt

richting

hướng đi

bagage

hành lý

tas

túi xách

rugzak

túi ba lô

gast

khách

kamer

phòng

slaapzak

túi ngủ

tent

lều

VVV-kantoor

thông tin du lịch

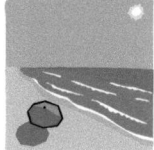

strand

bãi biển

creditkaart

thẻ tín dụng

ontbijt

ăn sáng

lunch

ăn trưa

diner

ăn tối

kaartje

vé xe

lift

thang máy

postzegel

tem bưu điện

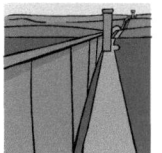

grens

biên giới

douane

hải quan

ambassade

đại sứ quán

visum

thị thực

paspoort

hộ chiếu

transport
vận chuyển

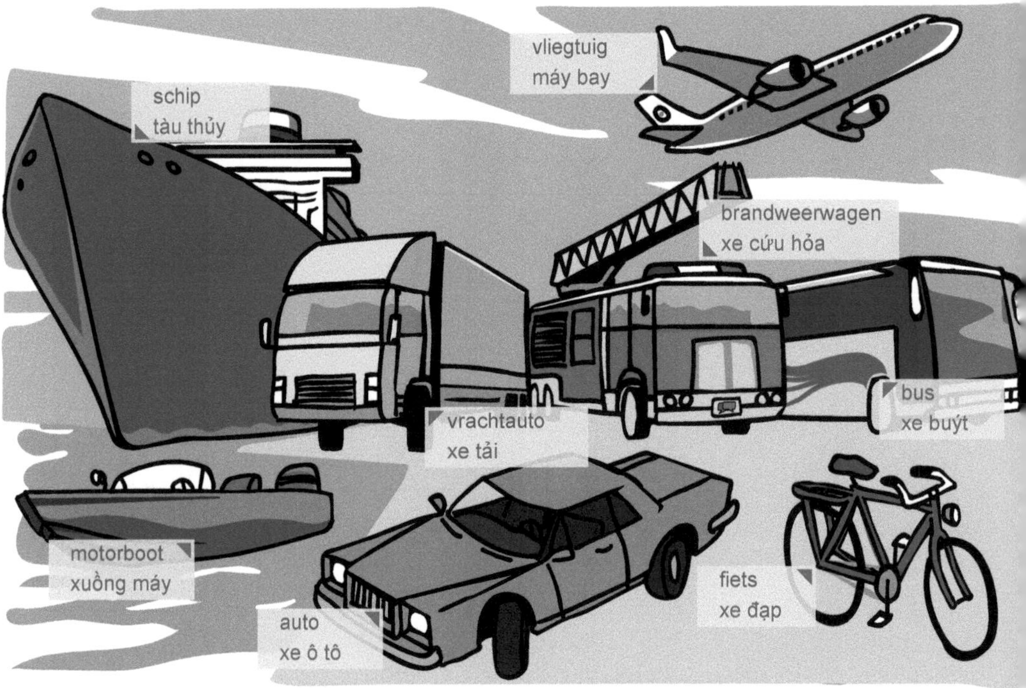

vliegtuig
máy bay
schip
tàu thủy
brandweerwagen
xe cứu hỏa
bus
xe buýt
vrachtauto
xe tải
motorboot
xuồng máy
fiets
xe đạp
auto
xe ô tô

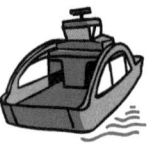

veerboot

phà

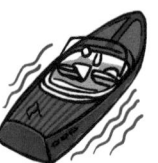

boot

xuồng

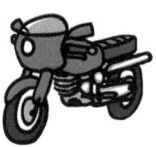

motorfiets

xe máy

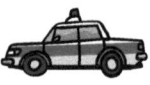

politiewagen

xe cảnh sát

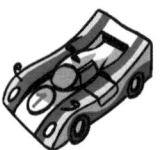

raceauto

xe đua

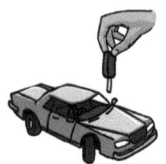

huurauto

xe cho thuê

carsharing

dịch vụ thuê xe tự lái

takelwagen

xe kéo cứu hộ

vuilniswagen

xe rác

motor

động cơ

benzine

xăng

benzinepomp

trạm xăng

verkeersbord

biển báo giao thông

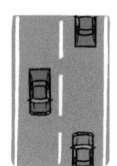

verkeer

giao thông

file

ách tắc giao thông

parkeerplaats

bãi đậu xe

station

nhà ga

rails

đường ray

trein

xe lửa

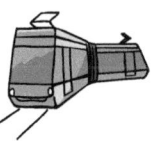

tram

tàu điện

wagon

toa xe

helikopter

máy bay trực thăng

luchthaven

sân bay

toren

tháp

passagier

hành khách

container

côngtenơ

verhuisdoos

thùng các-tông

kar

xe đẩy

mand

cái giỏ

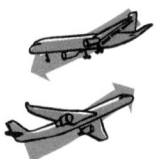

opstijgen / landen

cất cánh / hạ cánh

stad
thành phố

dorp

làng

stadscentrum

trung tâm thành phố

huis

nhà

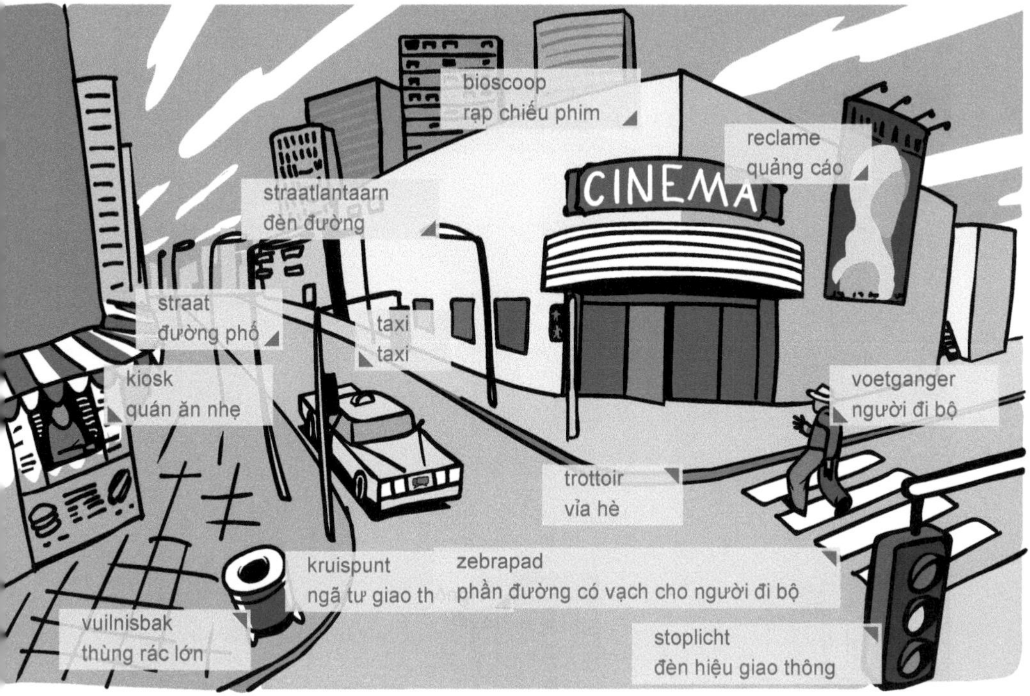

bioscoop
rạp chiếu phim

reclame
quảng cáo

straatlantaarn
đèn đường

CINEMA

straat
đường phố

taxi
taxi

kiosk
quán ăn nhẹ

voetganger
người đi bộ

trottoir
vỉa hè

kruispunt
ngã tư giao th

zebrapad
phần đường có vạch cho người đi bộ

vuilnisbak
thùng rác lớn

stoplicht
đèn hiệu giao thông

hut

nhà chòi

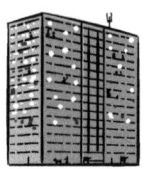

appartement

căn hộ

station

nhà ga

stadhuis

tòa thị chính

museum

viện bảo tàng

school

trường học

universiteit

đại học

bank

ngân hàng

ziekenhuis

bệnh viện

hotel

khách sạn

apotheek

hiệu thuốc

kantoor

văn phòng

boekenwinkel

hiệu sách

winkel

cửa hiệu

bloemenwinkel

cửa hiệu bán hoa

supermarkt

siêu thị

markt

chợ

warenhuis

cửa hàng bách hóa

visboer

người bán cá

winkelcentrum

trung tâm mua bán

haven

bến cảng

stad - thành phố

park

công viên

bank

ghế băng

brug

cầu

trap

cầu thang

metro

tàu điện ngầm

tunnel

đường hầm

bushalte

trạm xe buýt

bar

quán bar

restaurant

khách sạn

brievenbus

hòm thư công cộng

straatnaambord

bảng hiệu đường

parkeermeter

đồng hồ đậu xe

dierentuin

vườn bách thú

zwembad

bể bơi

moskee

nhà thờ Hồi giáo

boerderij

nông trại

vervuiling

ô nhiễm môi trường

begraafplaats

nghĩa trang

kerk

nhà thờ

speelplaats

sân chơi

tempel

ngôi đền

landschap
phong cảnh

blad
lá cây

wegwijzer
bảng chỉ đường

weg
lối đi

weide
bãi cỏ

steen
hòn đá

wandelaar
người đi bộ đường dài

boom
cây

rivier
sông

gras
cỏ

bloem
bông hoa

vallei

thung lũng

berg

đồi

meer

hồ nước

bos

rừng

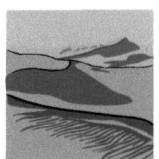

woestijn

sa mạc

vulkaan

núi lửa

kasteel

lâu đài

regenboog

cầu vồng

paddenstoel

nấm

palmboom

cây cọ

mug

con muỗi

vlieg

con ruồi

mier

con kiến

bij

con ong

spin

con nhện

kever

bọ cánh cứng

kikker

con ếch

eekhoorn

con sóc

egel

con nhím

haas

con thỏ

uil

con cú

vogel

con chim

zwaan

thiên nga

wild zwijn

heo rừng

hert

con hươu

eland

nai sừng tấm

stuwdam

đê

windmolen

tuabin gió

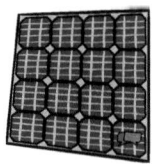

zonnepaneel

tấm năng lượng mặt trời

klimaat

khí hậu

restaurant
khách sạn

ober
bồi bàn
menu
thực đơn
stoel
ghế
soep
súp
pizza
bánh pizza
tafelkleed
khăn trải bàn
bestek
bộ dao nĩa ăn

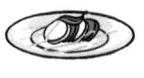

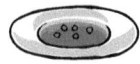

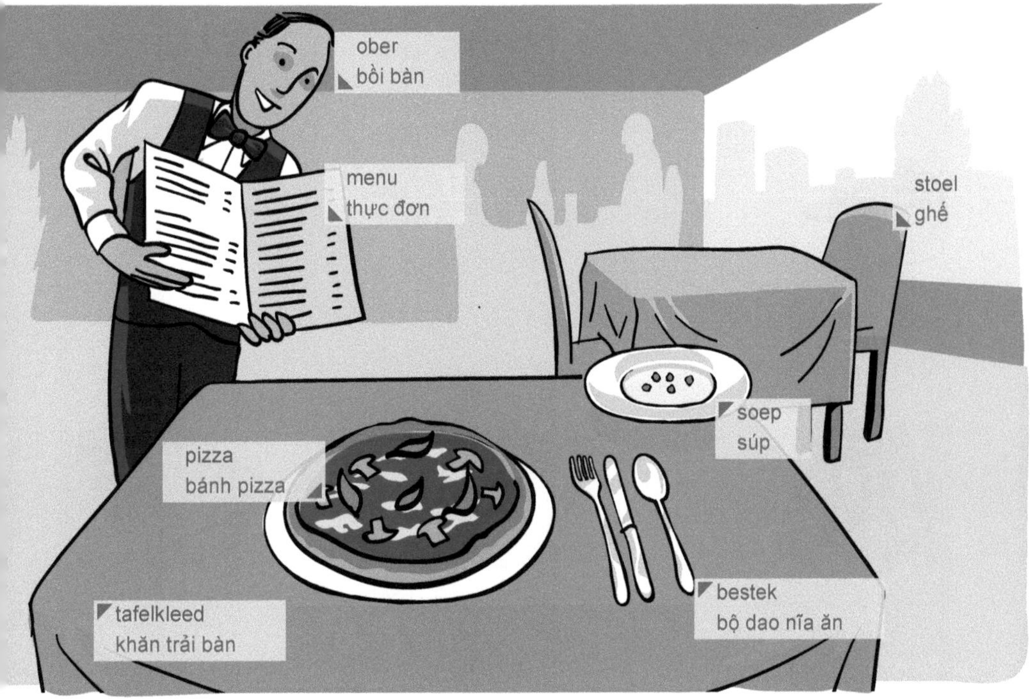

voorgerecht

món ăn khai vị

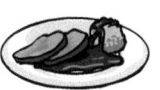

hoofdgerecht

món ăn chính

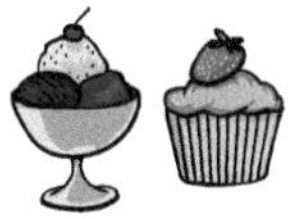

toetje

món tráng miệng

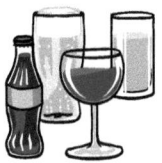

dranken

thức uống

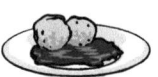

eten

thức ăn

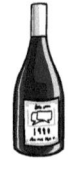

fles

cái chai

fastfood

thức ăn nhanh

eetkraampje

thức ăn đường phố

theepot

ấm trà

suikerpot

hộp đường

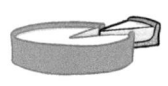

portie

khẩu phần

espressomachine

máy pha espresso

kinderstoel

ghế cao

rekening

hóa đơn

dienblad

khay

mes

dao

vork

nĩa

lepel

thìa

theelepel

thìa uống trà

servet

khăn ăn

glas

cốc thủy tinh

bord

đĩa

soepbord

đĩa súp

schotel

đĩa lót cốc

saus

nước sốt

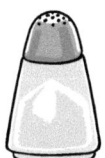

zoutvaatje

lọ muối

pepermolen

cái xay tiêu

azijn

giấm

olie

dầu

kruiden

gia vị

ketchup

nước xốt cà chua

mosterd

tương hạt cải

mayonaise

nước sốt mayonnaise

supermarkt
siêu thị

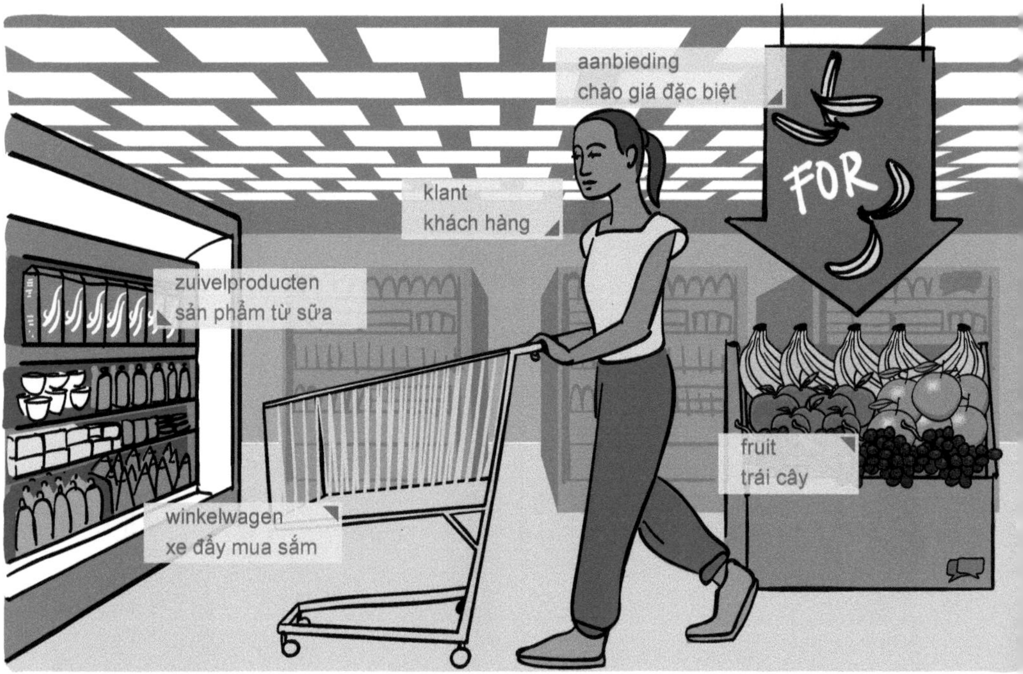

aanbieding
chào giá đặc biệt
FOR
klant
khách hàng
zuivelproducten
sản phẩm từ sữa
fruit
trái cây
winkelwagen
xe đẩy mua sắm

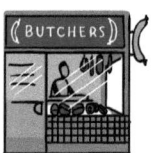

BUTCHERS

slager

lò mổ

BAKERY

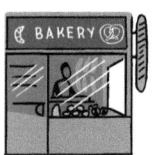

bakkerij

cửa hiệu bán bánh mì

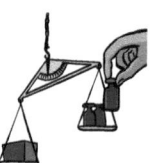

wegen

cân nặng

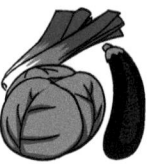

groente

rau quả

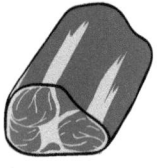

vlees

thịt

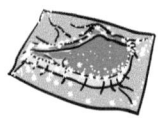

diepvriesproducten

thức ăn đông lạnh

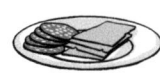

vleeswaren

lát thịt nguội

conserven

đồ hộp

wasmiddel

bột giặt

snoepgoed

đồ ngọt

huishoudelijke artikelen

sản phẩm dùng trong gia đình

schoonmaakmiddel

chất tẩy rửa

verkoopster

người bán hàng

kassa

quầy trả tiền

kassier

nhân viên thu ngân

boodschappenlijstje

danh sách mua sắm

openingstijden

giờ mở cửa

portefeuille

ví tiền

creditkaart

thẻ tín dụng

tas

túi đeo

plastic zak

túi ny lông

water

nước

sap

nước quả ép

melk

sữa

cola

coca-cola

wijn

rượu vang

bier

bia

alcohol

cồn

chocolademelk

cacao

thee

trà

koffie

cà phê

espresso

espresso

cappuccino

cappuccino

banaan

chuối

appel

quả táo

sinaasappel

quả cam

watermeloen

dưa hấu

citroen

chanh

wortel

cà rốt

knoflook

tỏi

bamboe

tre

ui

củ hành

paddenstoel

nấm

noten

hạt dẻ

pasta

mì

spaghetti

mì spaghetti

rijst

cơm

salade

xà lách

friet

khoai tây chiên

gebakken aardappelen

khoai tây chiên

pizza

bánh pizza

hamburger

bánh hamburger

sandwich

bánh mì sandwich

schnitzel

thịt côtlet

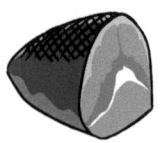

ham

thịt giăm bông

salami

xúc xích

worst

dồi

kip

gà

gebraad

rán

vis

cá

havermout

cháo yến mạch

muesli

cháo muesli

cornflakes

bánh bột ngô nướng

meel

bột mì

croissant

bánh sừng bò

broodjes

bánh mì

brood

bánh mì

toast

bánh mì nướng

koekjes

bánh bích quy

boter

bơ

kwark

sữa đông

taart

bánh ngọt

ei

trứng

gebakken ei

trứng rán

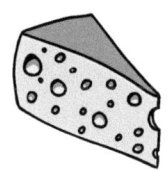

kaas

pho mát

ijs

kem

suiker

đường

honing

mật ong

jam

mứt

chocoladepasta

kem nougat

kerrie

cà ri

boerderij
nông trại

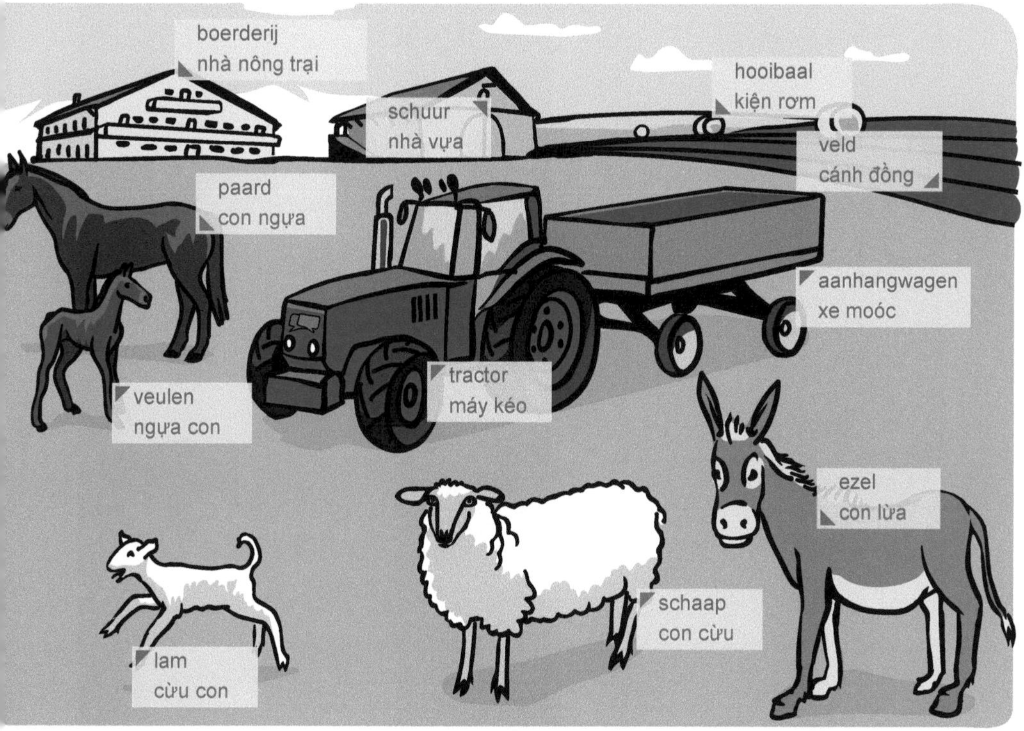
boerderij
nhà nông trại
schuur
nhà vựa
hooibaal
kiện rơm
veld
cánh đồng
paard
con ngựa
aanhangwagen
xe moóc
tractor
máy kéo
veulen
ngựa con
ezel
con lừa
schaap
con cừu
lam
cừu con

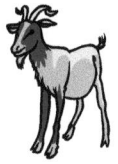

geit
con dê

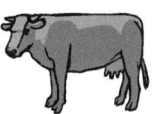

koe
con bò

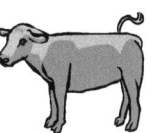

kalf
con bê

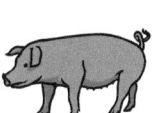

varken
con lợn

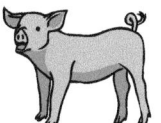

big
lợn con

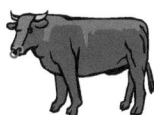

stier
bò đực

gans

con ngỗng

eend

con vịt

kuiken

gà con

kip

gà mái

haan

gà trống

rat

con chuột

kat

mèo

muis

chuột nhắt

os

bò đực

hond

con chó

hondenhok

nhà chuồng chó

tuinslang

ống tưới vườn cây

gieter

thùng tưới cây

zeis

lưỡi hái

ploeg

cái cày

boerderij - nông trại

sikkel

cái liềm

schoffel

cái cuốc

hooivork

cái chĩa

bijl

cái rìu

kruiwagen

xe cút kít

trog

máng ăn

melkbus

lọ sữa

zak

bao tải

hek

hàng rào

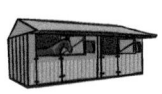

stal

chuồng

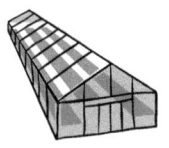

broeikas

nhà kính trồng cây

grond

đất trồng

zaad

hạt giống

mest

phân bón

maaidorser

máy gặt đập liên hợp

oogsten

thu hoạch

oogst

mùa thu hoạch

yam

khoai lang

tarwe

lúa mì

soja

đậu nành

aardappel

khoai tây

maïs

ngô

koolzaad

hạt cải dầu

fruitboom

cây ăn trái

maniok

sắn

granen

ngũ cốc

huis
nhà

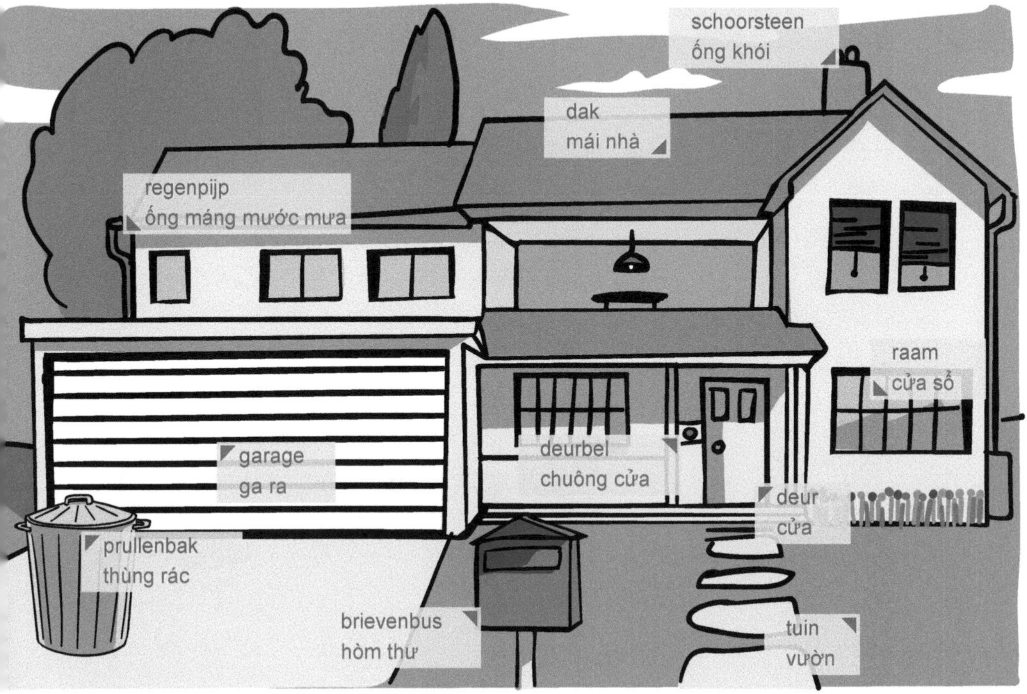

schoorsteen
ống khói
dak
mái nhà
regenpijp
ống máng mước mưa
raam
cửa sổ
garage
ga ra
deurbel
chuông cửa
deur
cửa
prullenbak
thùng rác
brievenbus
hòm thư
tuin
vườn

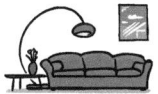

woonkamer

phòng khách

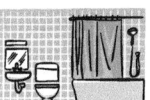

badkamer

phòng tắm

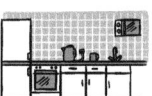

keuken

bếp

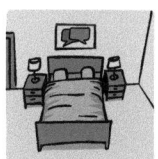

slaapkamer

phòng ngủ

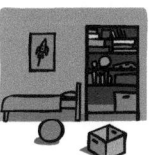

kinderkamer

phòng trẻ em

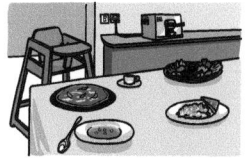

eetkamer

phòng ăn

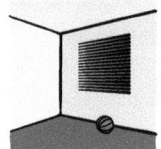

vloer

nền nhà

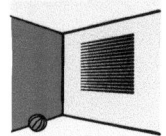

muur

tường

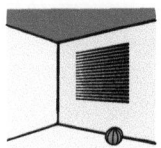

plafond

trần nhà

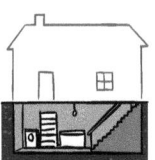

kelder

tầng hầm

sauna

tắm hơi

balkon

ban công

terras

sân hiên

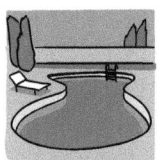

zwembad

bể bơi

grasmaaier

máy cắt cỏ

laken

khăn trải giường

bedsprei

khăn trải giường

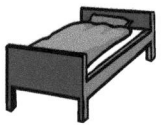

bed

giường

bezem

chổi

emmer

cái xô

schakelaar

công tắc điện

woonkamer
phòng khách

behang
giấy dán tường
foto
hình ảnh
lamp
đèn
plank
cái kệ
kast
tủ
televisie
ti vi
open haard
lò sưởi
bloem
bông hoa
kussen
gối
bankstel
ghế sofa
vaas
bình hoa
afstandsbediening
điều khiển từ xa

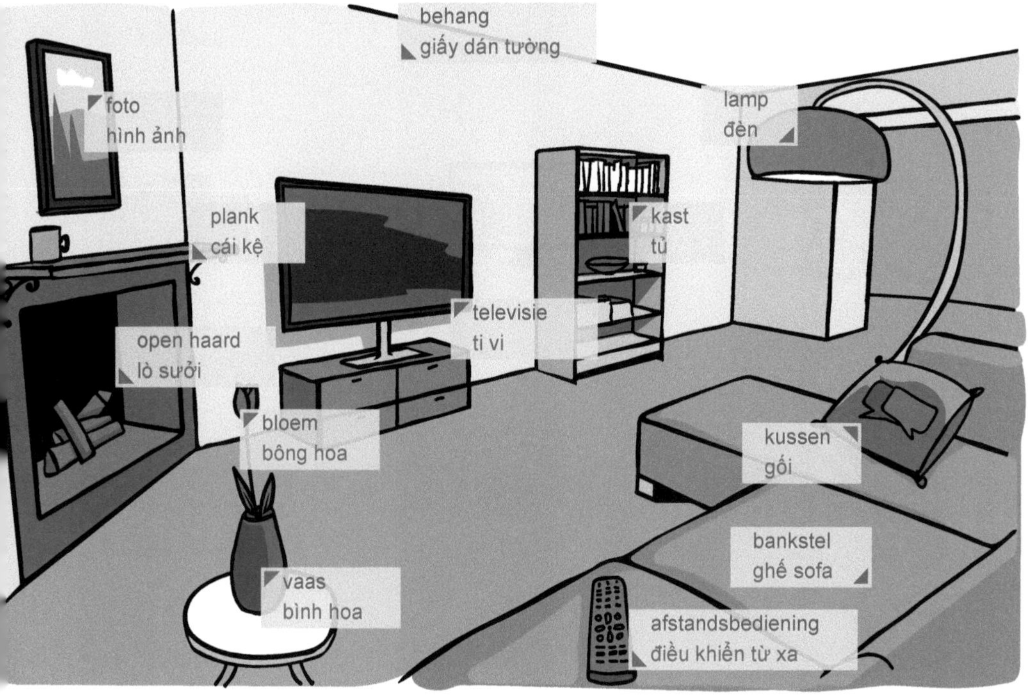

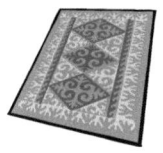

tapijt
thảm

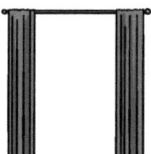

gordijn
rèm

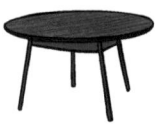

tafel
cái bàn

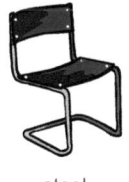

stoel
ghế

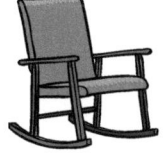

schommelstoel
ghế bập bênh

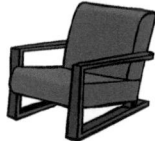

stoel
ghế bành

boek

sách

deken

cái chăn

decoratie

đồ trang trí

brandhout

củi

film

phim

stereo-installatie

máy hi-fi

sleutel

chìa khóa

krant

báo

schilderij

bức tranh

poster

áp phích

radio

radio

kladblok

sổ ghi chép

stofzuiger

máy hút bụi

cactus

cây xương rồng

kaars

cây nến

keuken
bếp

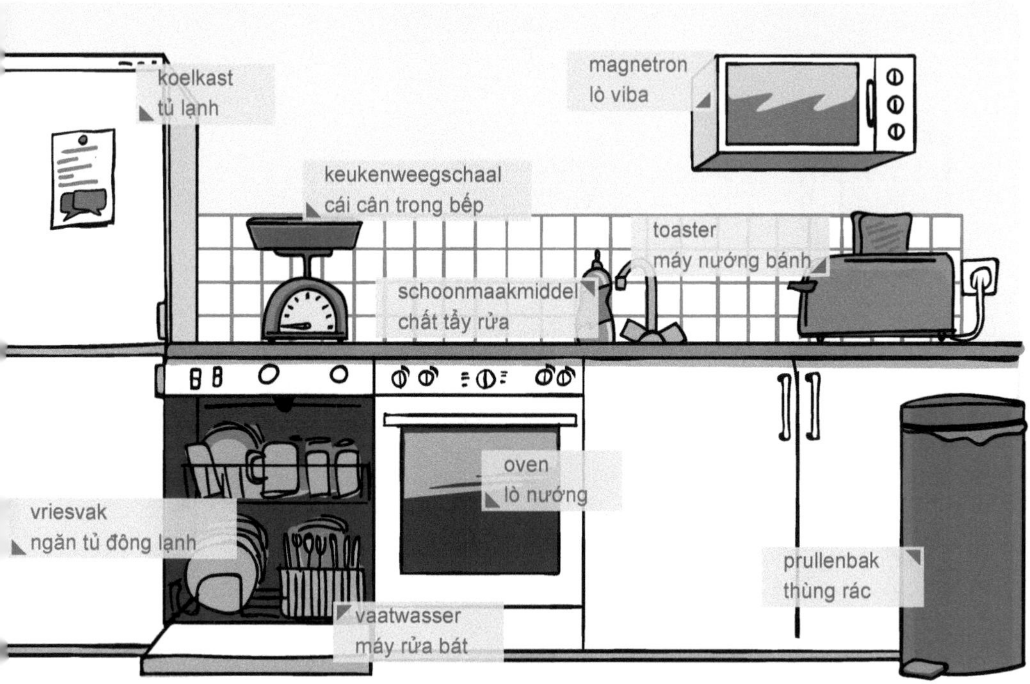
koelkast
tủ lạnh
magnetron
lò viba
keukenweegschaal
cái cân trong bếp
toaster
máy nướng bánh
schoonmaakmiddel
chất tẩy rửa
oven
lò nướng
vriesvak
ngăn tủ đông lạnh
prullenbak
thùng rác
vaatwasser
máy rửa bát

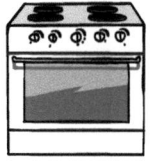

fornuis

lò nấu

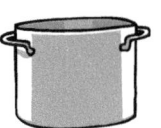

pan

nồi

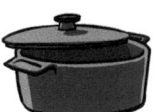

gietijzeren pan

nồi sắt

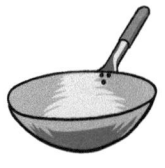

wok / kadai

chảo

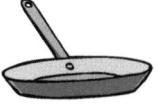

koekenpan

chảo

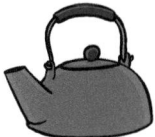

ketel

ấm đun nước

stoomkoker

nồi đun hơi

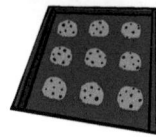

bakplaat

khay lò nướng

servies

bát đĩa

beker

cốc

kom

cái bát

eetstokjes

đũa

soeplepel

cái vá

spatel

bàn xẻng

garde

que đánh kem

vergiet

rây dùng trong bếp

zeef

cái rây lọc

rasp

cái nạo

vijzel

vữa

barbecue

vỉ nướng

vuurhaard

ngọn lửa trần

snijplank

cái thớt

deegroller

trục cán bột

kurkentrekker

cái mở nút chai

blik

vỏ đồ hộp

blikopener

cái mở vỏ đồ hộp

pannenlap

miếng nhấc nồi

wasbak

bồn rửa bát

borstel

bàn chải

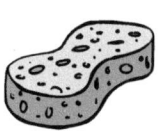

spons

miếng xốp

blender

máy xay

vriezer

tủ đông lạnh

babyflesje

bình sữa cho trẻ sơ sinh

kraan

vòi nước

badkamer
phòng tắm

verwarming
lò sưởi
handdoek
khăn lau
douche
vòi hoa sen
douchegordijn
rèm che ngăn tắm
bubbelbad
tắm bọt
bad
bồn tắm
glas
cốc thủy tinh
wasmachine
máy giặt
kraan
vòi nước
tegels
gạch lát
potje
cái bô
wasbak
bồn rửa bát

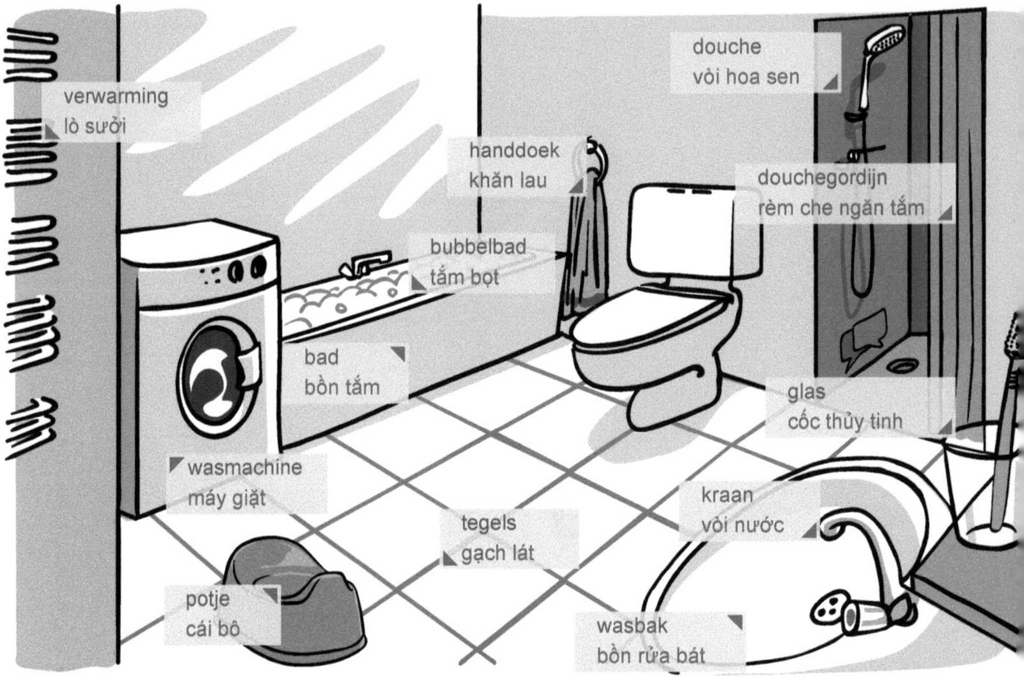

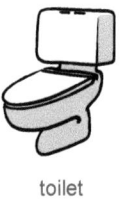

toilet
bồn cầu

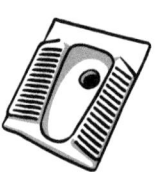

hurktoilet
bồn cầu ngồi xổm

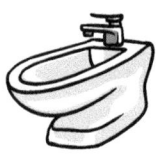

bidet
bồn rửa hậu môn

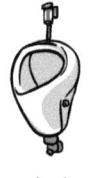

urinoir
bồn tiểu tiện

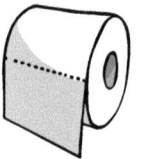

toiletpapier
giấy vệ sinh

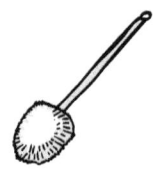

toiletborstel
bàn chải cọ bồn cầu

tandenborstel

bàn chải đánh răng

tandpasta

kem đánh răng

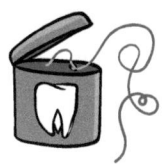

flosdraad

chỉ nha khoa

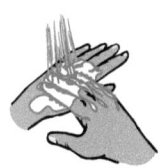

wassen

rửa

handdouche

vòi sen cầm tay

toiletdouche

vòi rửa hậu môn

waskom

bồn rửa

rugborstel

bàn chải cọ lưng

zeep

xà phòng

douchegel

sữa tắm

shampoo

dầu gội

washanje

khăn cọ để tắm

afvoer

lỗ thoát nước

creme

kem

deodorant

chất khử mùi

spiegel

gương

make-upspiegel

gương tay

scheermes

dao cạo râu

scheerschuim

kem cạo râu

aftershave

nước thơm dùng sau khi cạo râu

kam

cái lược

borstel

bàn chải

haardroger

máy xấy tóc

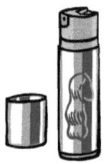

haarspray

keo xịt tóc

make-up

đồ trang điểm

lippenstift

thỏi son môi

nagellak

sơn bôi móng

watten

bông

nagelschaartje

kéo cắt móng

parfum

nước hoa

toilettas

túi đựng đồ tắm

kruk

ghế đầu

weegschaal

cái cân

badjas

áo choàng tắm

rubber handschoenen

găng tay làm vệ sinh

tampon

nút gạc

maandverband

băng vệ sinh

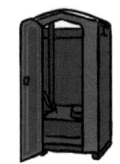

chemisch toilet

nhà vệ sinh hóa chất

kinderkamer

phòng trẻ em

wekker
đồng hồ báo thức
knuffeldier
thú bông
speelgoedauto
xe đồ chơi
rammelaar
cái lúc lắc
poppenhuis
nhà búp bê
cadeau
món quà

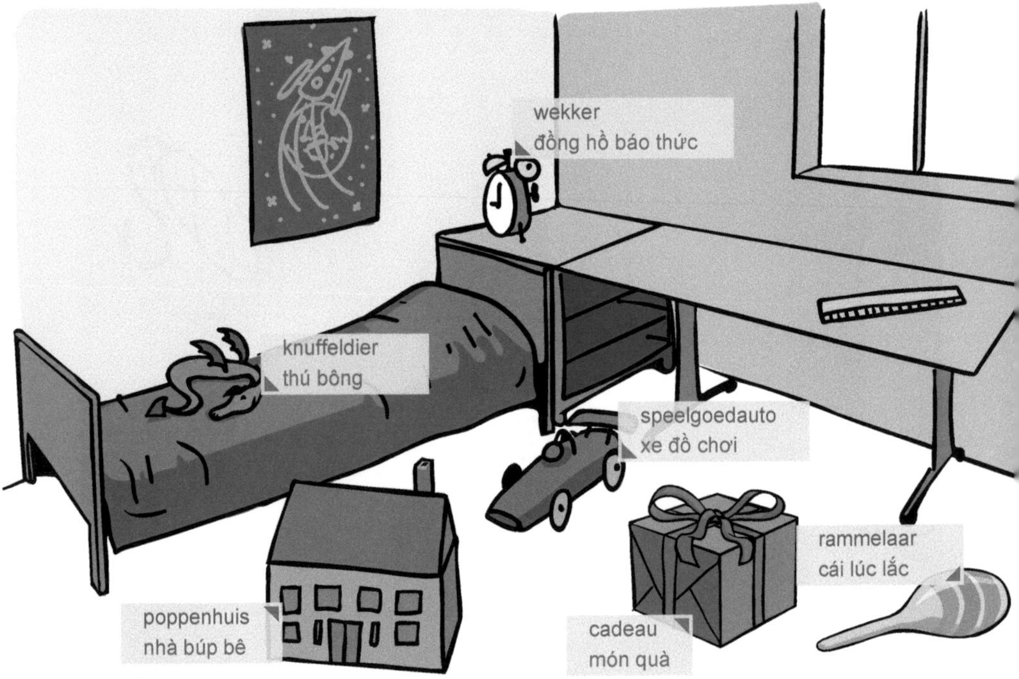

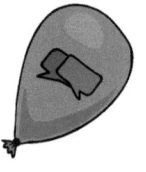

ballon

bong bóng

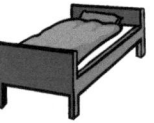

bed

giường

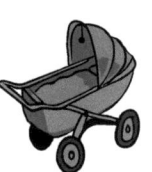

kinderwagen

xe nôi

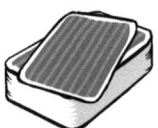

kaartspel

trò chơi bài

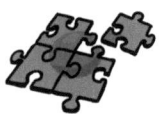

puzzel

trò chơi ghép hình

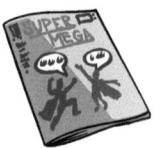

stripverhaal

truyện tranh

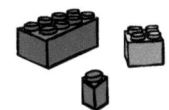

legostenen

gạch Lego

speelgoedblokken

khối xếp hình

actiefiguurtje

nhân vật hành động

romper

o liền quần cho trẻ sơ sinh

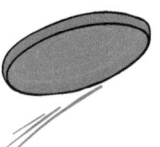

frisbee

đĩa nhựa để ném

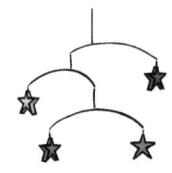

mobile

đồ chơi treo trên giường

bordspel

trò chơi cờ bàn

dobbelsteen

xúc xắc

modeltrein

đồ chơi xe lửa mô hình

speen

ti giả

feestje

buổi tiệc

prentenboek

sách tranh

bal

quả bóng

pop

búp bê

spelen

chơi

zandbak

hố cát

schommel

cái đu

speelgoed

đồ chơi

spelcomputer

máy chơi game cầm tay

driewieler

xe ba bánh

teddybeer

gấu bông

kleerkast

tủ quần áo

kleding

y phục

sokken

bít tất

kousen

bít tất dài

panty

quần tất

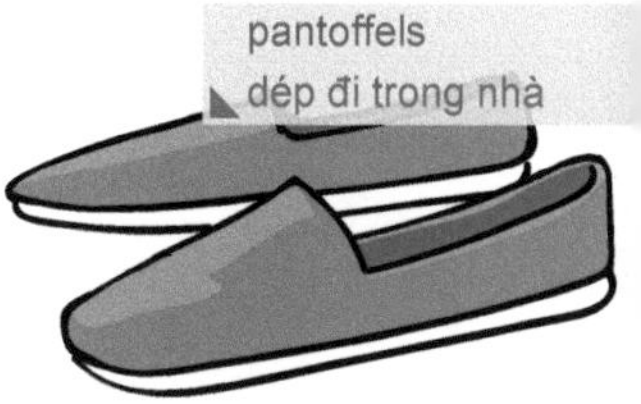

sjaal
khăn choàng cổ

paraplu
ô che mưa

T-shirt
áp phông

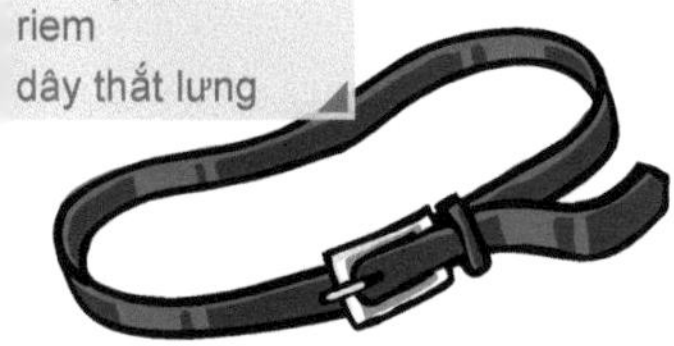

riem
dây thắt lưng

laarzen
ủng

pantoffels
dép đi trong nhà

sportschoenen
giày sneaker

sandalen
dép xăng đan

schoenen
giày

rubberlaarzen
ủng cao su

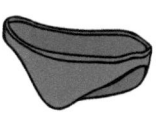

onderbroek
quần lót

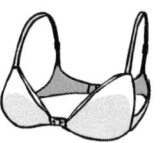

beha
áo ngực

onderhemd
áo vest

body

áo ôm sát cơ thể

broek

quần dài

spijkerbroek

quần bò

rok

váy

blouse

áo cánh

overhemd

áo sơ mi

trui

áo len chui đầu

hoody

áo len

blazer

áo blazer

jas

áo jacket

mantel

áo khoác

regenjas

áo mưa

kostuum

trang phục

jurk

áo váy

trouwjurk

áo cưới

pak

bộ com lê

nachthemd

áo ngủ

pyjama

pijama

sari

trang phục sari

hoofddoek

khăn trùm đầu

tulband

khăn đội đầu

boerka

áo burka

kaftan

áo captan

abaja

áo aba

zwempak

quần áo bơi

zwembroek

quần bơi

korte broek

quần đùi

trainingspak

quần áo tracksuit

schort

tạp dề

handschoenen

găng tay

knoop

cái cúc

bril

kính mắt

armband

vòng đeo tay

ketting

vòng cổ

ring

nhẫn

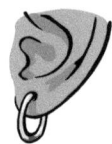

oorbel

hoa tai

pet

mũ lưỡi trai

kledinghanger

cái mắc treo áo quần

hoed

mũ

stropdas

cà vạt

rits

dây kéo phéc mơ tuya

helm

mũ bảo hiểm

bretels

dây đeo quần

schooluniform

đồng phục học sinh

uniform

đồng phục

slabbetje

yếm trẻ em

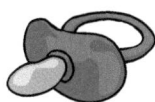

speen

ti giả

luier

tã lót

kantoor
văn phòng

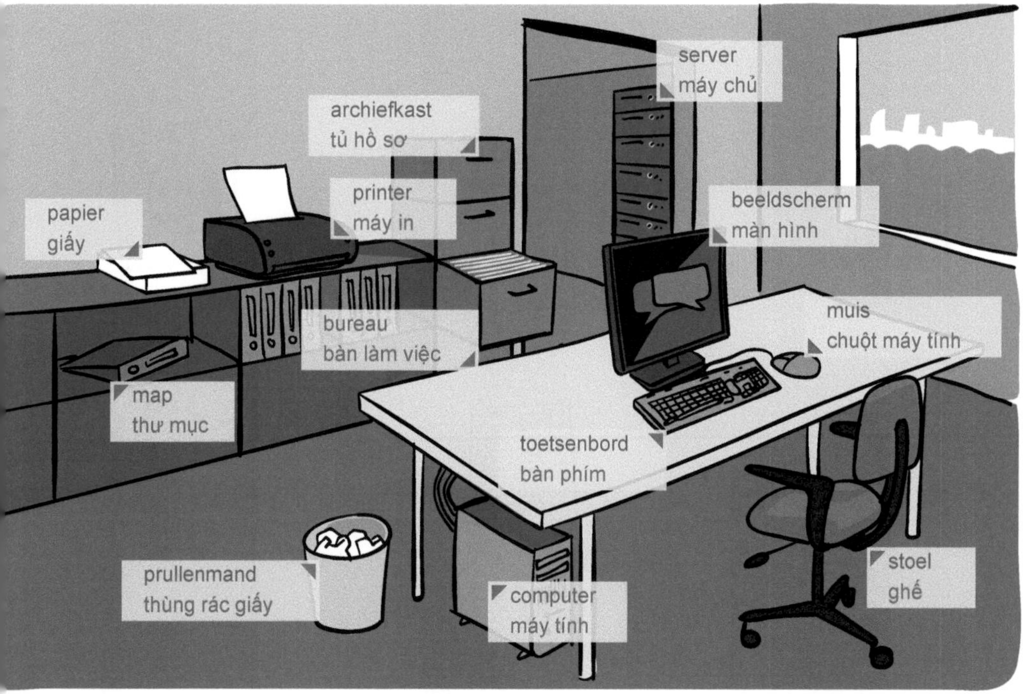

server
máy chủ

archiefkast
tủ hồ sơ

papier
giấy

printer
máy in

beeldscherm
màn hình

bureau
bàn làm việc

muis
chuột máy tính

map
thư mục

toetsenbord
bàn phím

prullenmand
thùng rác giấy

stoel
ghế

computer
máy tính

koffiemok

cốc cà phê

rekenmachine

máy tính bỏ túi

internet

internet

laptop

laptop

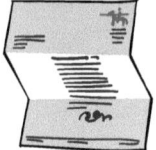

brief

thư

bericht

tin nhắn

mobiele telefoon

điện thoại di động

netwerk

mạng

kopieermachine

máy photocopy

software

phần mềm

telefoon

điện thoại

stopcontact

ổ cắm điện

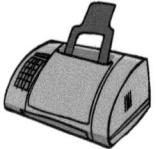

fax

máy fax

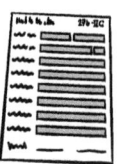

formulier

mẫu đơn

document

chứng từ

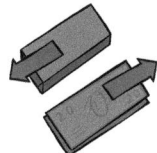

kopen

mua

betalen

trả tiền

handel drijven

buôn bán

geld

tiền

dollar

đô la

euro

Euro

yen

yên

roebel

rúp

Zwitserse frank

franc Thụy Sĩ

renminbi yuan

nhân dân tệ

roepie

rupi

geldautomaat

máy rút tiền tự động

wisselkantoor

quầy đổi tiền

goud

vàng

zilver

bạc

olie

dầu

energie

năng lượng

prijs

giá tiền

contract

hợp đồng

belasting

thuế

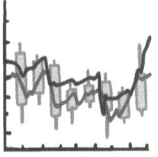

aandeel

cổ phiếu

werken

làm việc

werknemer

nhân viên

werkgever

chủ lao động

fabriek

nhà máy

winkel

cửa hiệu

economie - kinh tế

beroepen
nghề nghiệp

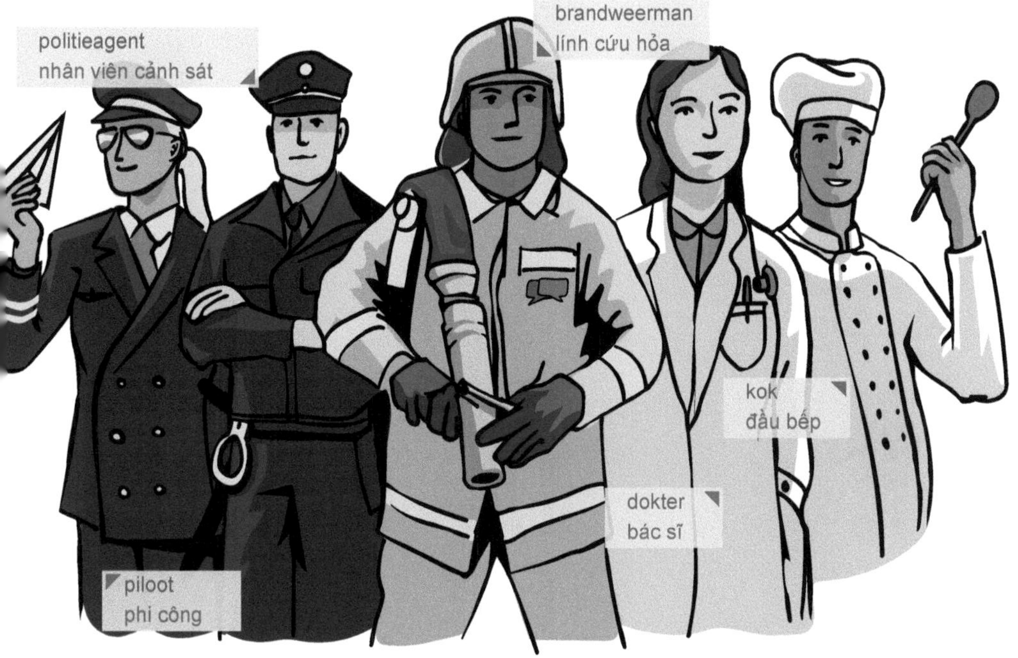
politieagent
nhân viên cảnh sát
brandweerman
lính cứu hỏa
kok
đầu bếp
dokter
bác sĩ
piloot
phi công

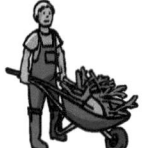

tuinman

người làm vườn

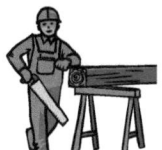

timmerman

thợ mộc

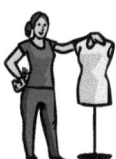

naaister

thợ may

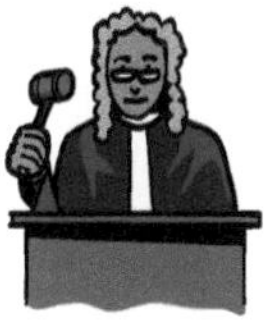

rechter

chánh án

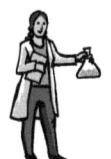

scheikundige

nhà hóa học

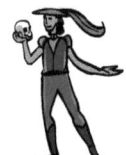

toneelspeler

diễn viên

buschauffeur

tài xế xe buýt

taxichauffeur

người lái taxi

visser

ngư dân

schoonmaakster

người lau dọn vệ sinh

dakdekker

thợ lợp mái nhà

ober

bồi bàn

jager

thợ săn

schilder

họa sĩ

bakker

thợ làm bánh

elektricien

thợ điện

bouwvakker

thợ xây dựng

ingenieur

kỹ sư

slager

người hàng thịt

loodgieter

thợ sửa ống nước

postbode

người đưa thư

soldaat

người lính

architect

kiến trúc sư

kassier

nhân viên thu ngân

bloemist

người bán hoa

kapper

thợ cắt tóc

conducteur

nhân viên soát vé

monteur

thợ cơ khí

kapitein

thuyền trưởng

tandarts

nha sĩ

wetenschapper

nhà khoa học

rabbi

giáo sĩ Do thái

imam

lãnh tụ Hồi giáo

monnik

nhà sư

pastoor

mục sư

gereedschap
dụng cụ

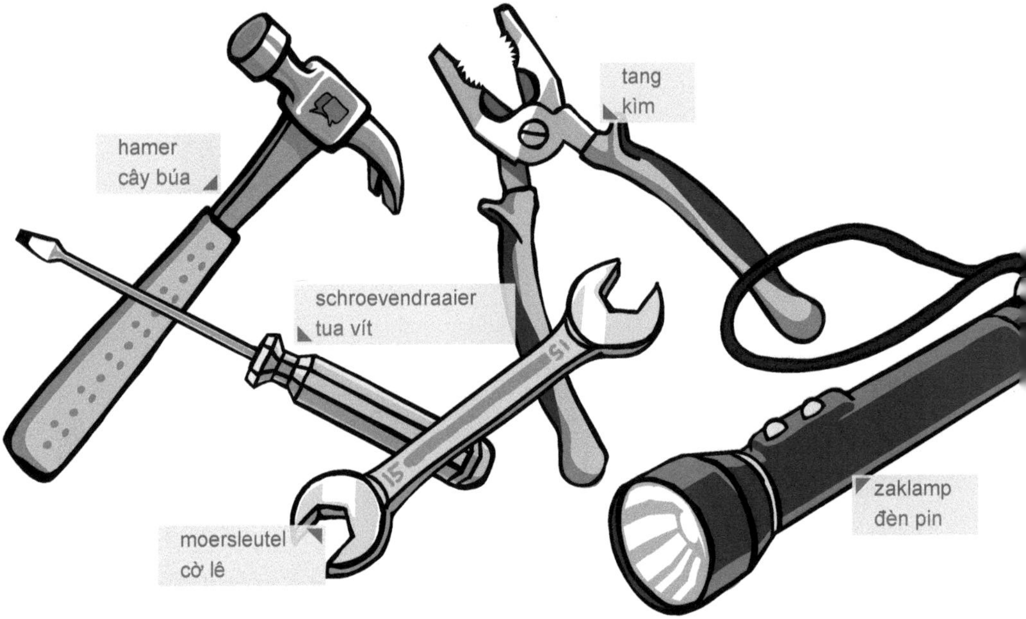

tang
kìm
hamer
cây búa
schroevendraaier
tua vít
zaklamp
đèn pin
moersleutel
cờ lê

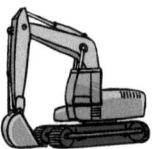

graafmachine

máy xúc đất

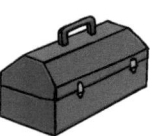

gereedschapskist

hộp dụng cụ

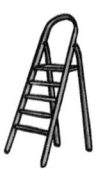

ladder

cái thang

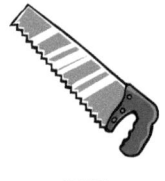

zaag

cưa

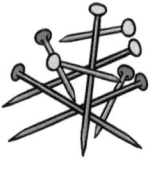

spijkers

đinh

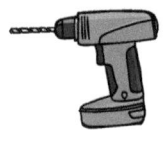

boor

máy khoan

repareren

sửa chữa

schep

cái xẻng

Verdorie!

khốn nạn!

stofblik

cái hót rác

verfpot

thùng sơn

schroeven

vít

muziekinstrumenten
nhạc cụ

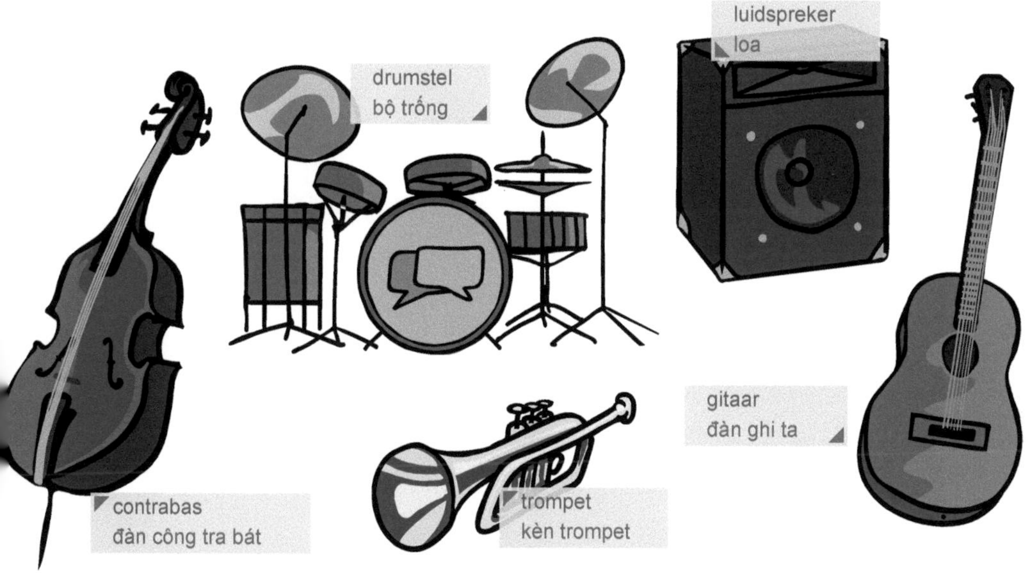

luidspreker
loa

drumstel
bộ trống

gitaar
đàn ghi ta

contrabas
đàn công tra bát

trompet
kèn trompet

piano

đàn piano

viool

đàn vĩ cầm

bas

ghi ta bass

pauk

trống định âm

trommel

trống

keyboard

đàn organ

saxofoon

kèn Saxophone

fluit

sáo

microfoon

micro

dierentuin
vườn bách thú

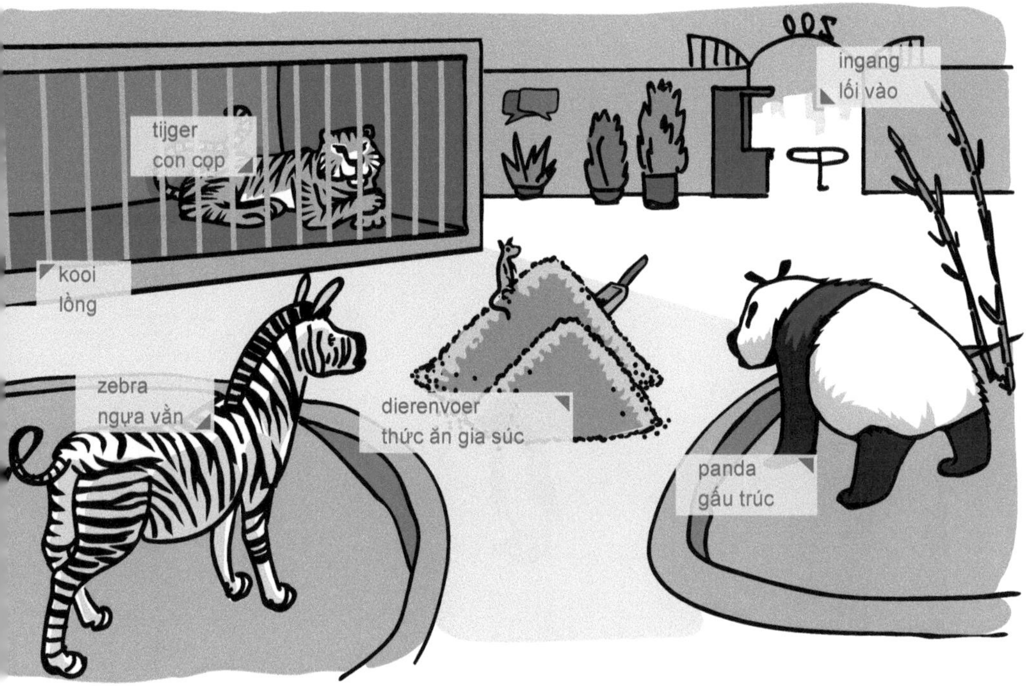
ingang
lối vào
tijger
con cọp
kooi
lồng
zebra
ngựa vằn
dierenvoer
thức ăn gia súc
panda
gấu trúc

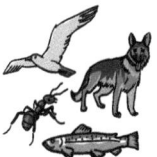

dieren

động vật

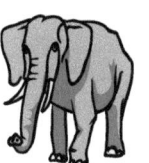

olifant

con voi

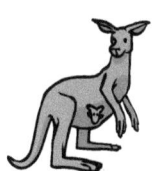

kangoeroe

chuột túi

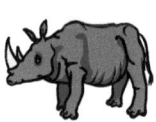

neushoorn

tê giác

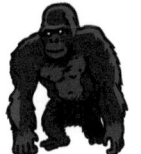

gorilla

khỉ đột

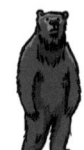

beer

con gấu

kameel

lạc đà

struisvogel

đà điểu

leeuw

sư tử

aap

con khỉ

flamingo

hồng hạc

papegaai

con vẹt

ijsbeer

gấu bắc cực

pinguïn

chim cánh cụt

haai

cá mập

pauw

con công

slang

con rắn

krokodil

cá sấu

dierenverzorger

người trông giữ vườn bách thú

zeehond

hải cẩu

jaguar

báo đốm

pony

ngựa lùn

luipaard

con báo

nijlpaard

hà mã

giraffe

hươu cao cổ

adelaar

đại bàng

wild zwijn

heo rừng

vis

cá

schildpad

con rùa

walrus

hải mã

vos

con cáo

gazelle

linh dương

American football
bóng bầu dục Mỹ

wielrennen
đua xe đạp

tennis
quần vợt

basketbal
bóng rổ

zwemmen
bơi

boksen
đấm bốc

ijshockey
khúc côn cầu trên băng

voetbal

bóng đa

badminton

cầu lông

atletiek

điền kinh

handbal

bóng ném

skiën

trượt tuyết

polo

polo

activiteiten
các hoạt động

lachen
cười
springen
nhảy
knuffelen
ôm
lopen
đi bộ
zingen
ca hát
dromen
mơ
bidden
cầu nguyện
kussen
hôn

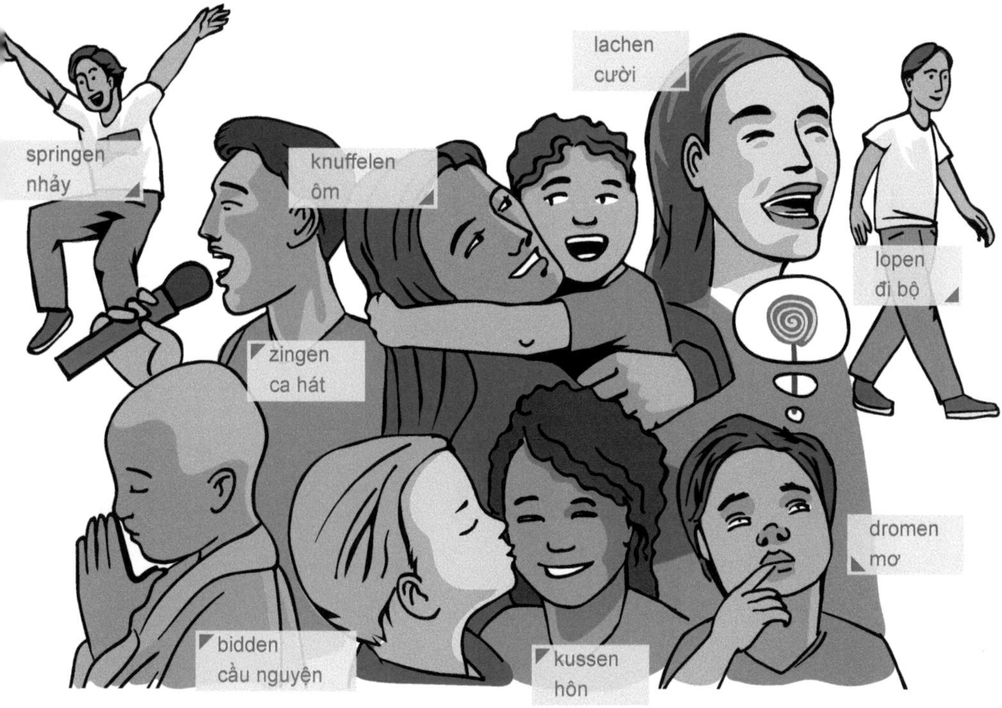

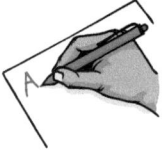

schrijven
viết

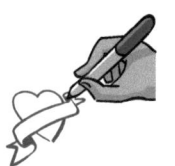

tekenen
vẽ

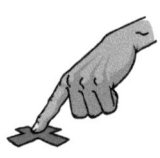

tonen
chỉ trỏ

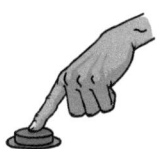

duwen
đẩy

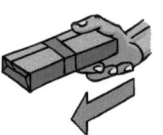

geven
cho

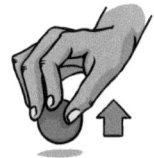

oppakken
lấy đi

hebben

có

doen

làm

zijn

thì / là

staan

đứng

rennen

chạy

trekken

kéo

gooien

ném

vallen

rơi

liggen

nằm

wachten

chờ đợi

dragen

mang vác

zitten

ngồi

aankleden

mặc quần áo

slapen

ngủ

wakker worden

thức dậy

bekijken

xem

huilen

khóc

strelen

vuốt ve

kammen

chải

praten

nói chuyện

begrijpen

hiểu

vragen

câu hỏi

horen

nghe

drinken

uống

eten

ăn

opruimen

dọn dẹp

houden van

yêu

koken

nấu nướng

rijden

lái xe

vliegen

bay

activiteiten - các hoạt động

zeilen

đi thuyền buồm

rekenen

tính toán

lezen

đọc

leren

học

werken

làm việc

trouwen

cưới

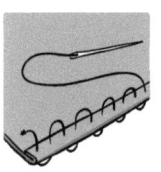

naaien

khâu vá

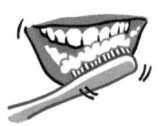

tandenpoetsen

đánh răng

doden

giết

roken

hút thuốc

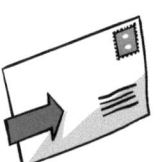

verzenden

gửi đi

activiteiten - các hoạt động

familie
gia đình

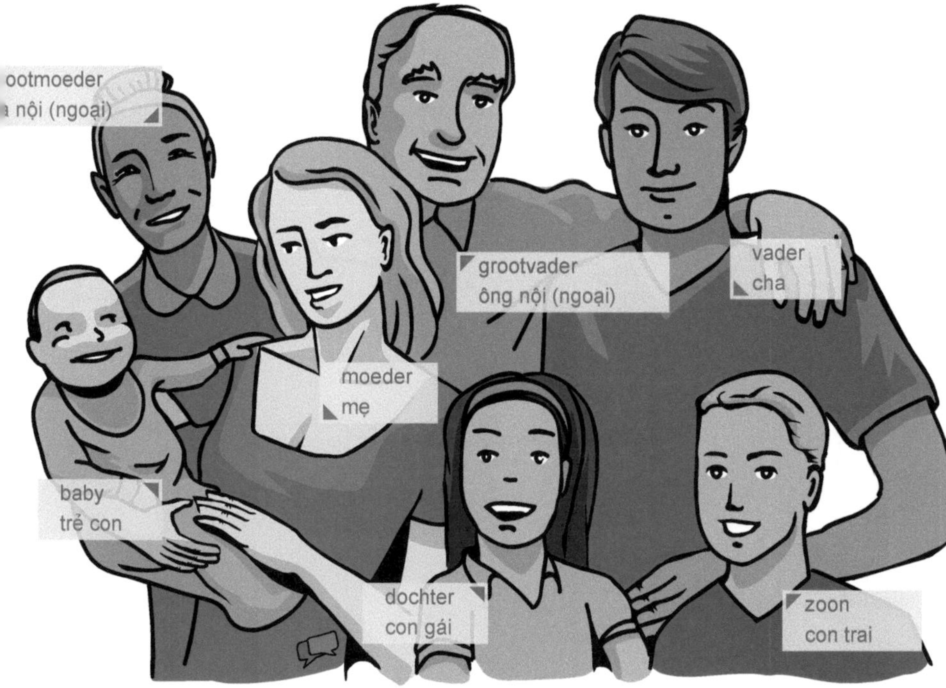

ootmoeder
nội (ngoại)
grootvader
ông nội (ngoại)
vader
cha
moeder
mẹ
baby
trẻ con
dochter
con gái
zoon
con trai

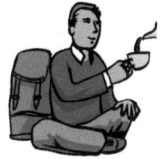

gast
khách

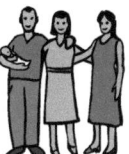

tante
cô (dì)

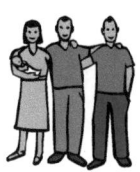

oom
chú, bác (cậu)

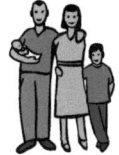

broer
anh (em) trai

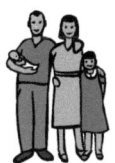

zus
chị (em) gái

lichaam
cơ thể

voorhoofd
trán
oog
mắt
schouder
vai
vinger
ngón tay
gezicht
mặt
kin
cằm
hand
bàn tay
been
chân
borst
ngực
arm
cánh tay

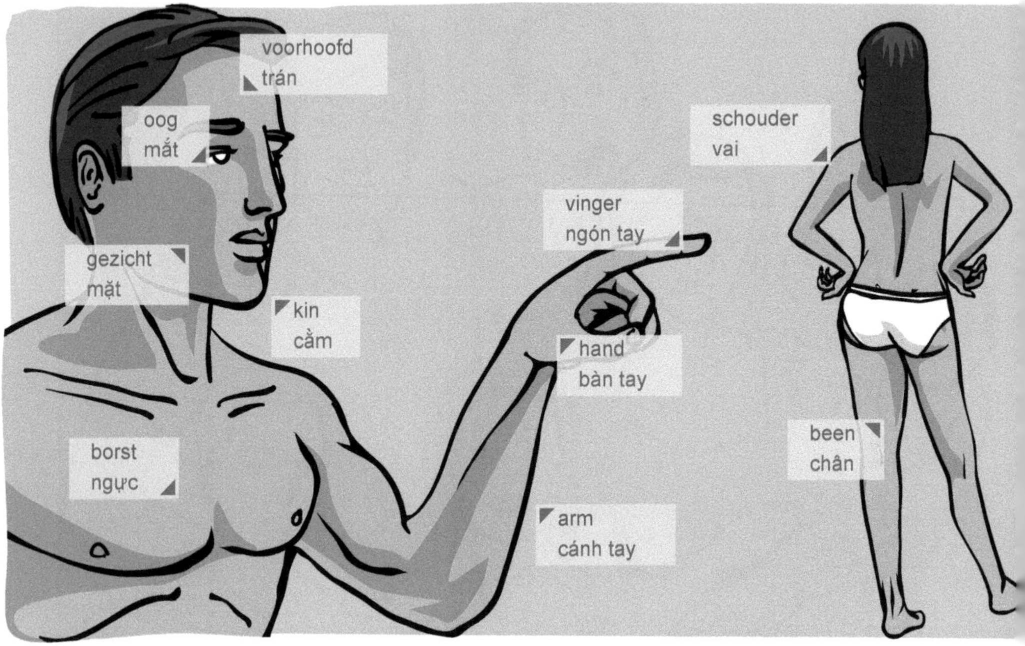

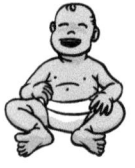

baby
trẻ con

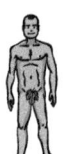

man
đàn ông

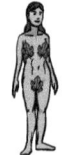

vrouw
phụ nữ

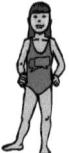

meisje
bé gái

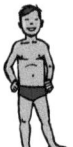

jongen
bé trai

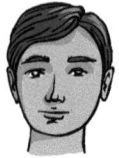

hoofd
đầu

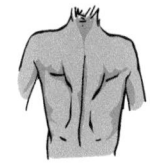

rug

lưng

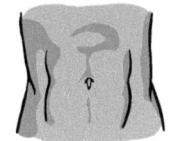

buik

bụng

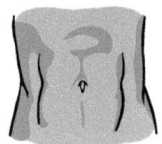

navel

rốn

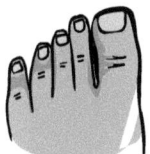

teen

ngón chân

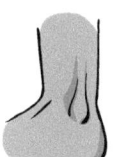

hiel

gót chân

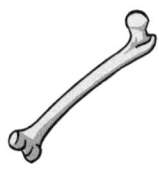

bot

xương

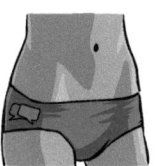

heup

hông

knie

đầu gối

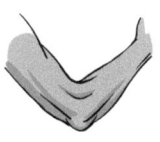

elleboog

khuỷu tay

neus

mũi

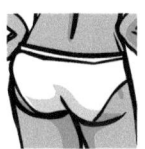

achterwerk

mông

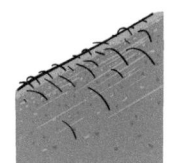

huid

da

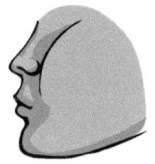

wang

má

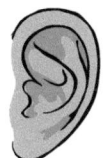

oor

tai

lippen

môi

mond
miệng

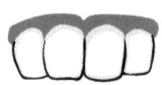

tand
răng

tong
lưỡi

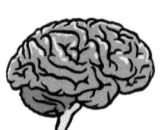

hersenen
não

hart
tim

spier
cơ bắp

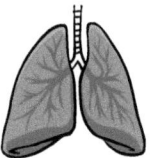

long
phổi

lever
gan

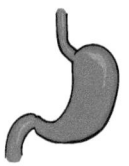

maag
dạ dày

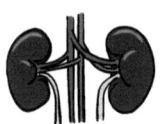

nieren
thận

geslachtsgemeenschap
giao hợp

condoom
bao cao su

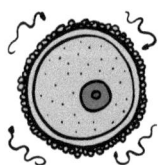

eicel
noãn

sperma
tinh dịch

zwangerschap
mang thai

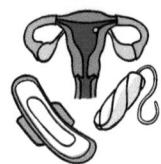

menstruatie

kinh nguyệt

vagina

âm vật

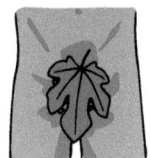

penis

dương vật

wenkbrauw

lông mày

haar

tóc

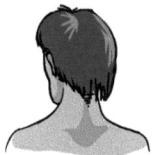

hals

cổ

ziekenhuis
bệnh viện

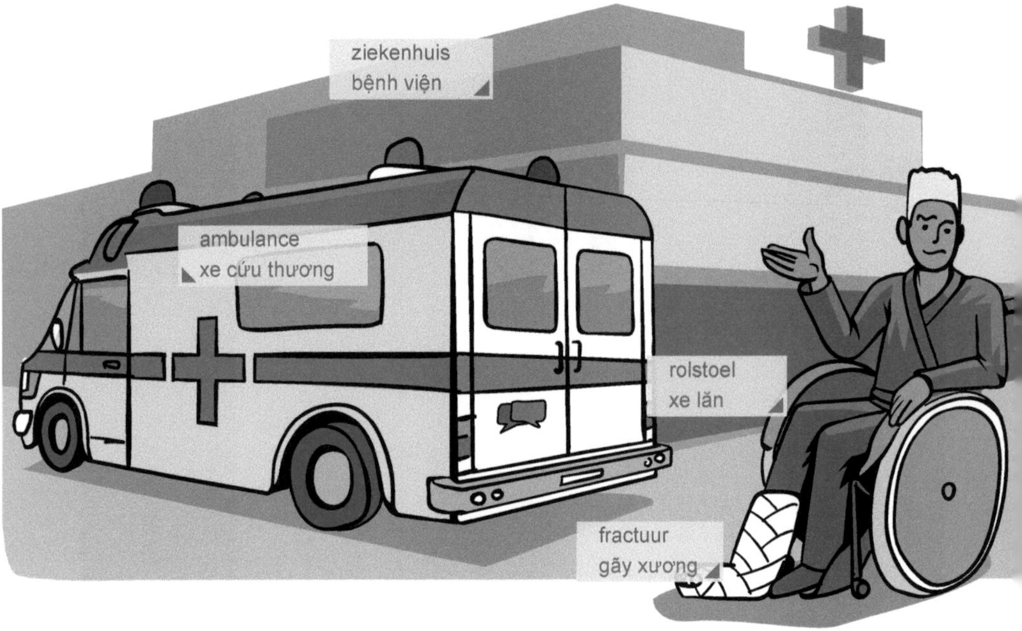

ziekenhuis
bệnh viện
ambulance
xe cứu thương
rolstoel
xe lăn
fractuur
gãy xương

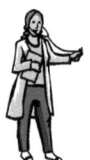

dokter

bác sĩ

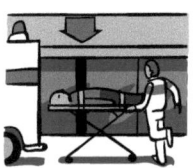

EHBO

phòng cấp cứu

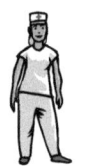

verpleegster

y tá

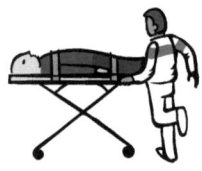

noodgeval

cấp cứu

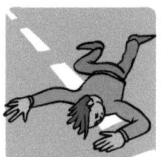

bewusteloos

bất tỉnh

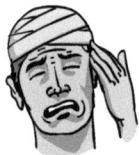

pijn

cơn đau

verwonding

bị thương

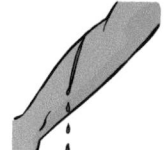

bloeding

chảy máu

hartaanval

nhồi máu cơ tim

beroerte

đột quỵ

allergie

dị ứng

hoest

ho

koorts

sốt

griep

cúm

diarree

tiêu chảy

hoofdpijn

đau đầu

kanker

ung thư

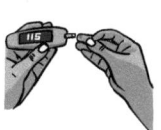

diabetes

bệnh tiểu đường

chirurg

bác sĩ phẫu thuật

scalpel

dao mổ

operatie

giải phẫu

CT

chụp cắt lớp

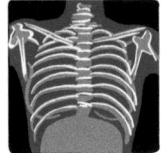

röntgen

chụp x-quang

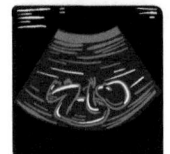

echografie

siêu âm

gezichtsmasker

mặt nạ

ziekte

bệnh

wachtkamer

phòng đợi

kruk

cái nạng

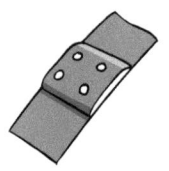

pleister

băng dán vết thương

verband

băng bó

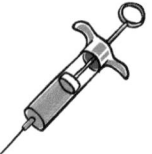

injectie

tiêm thuốc

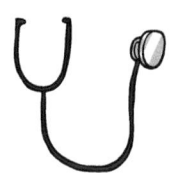

stethoscoop

ống nghe khám bệnh

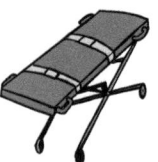

brancard

băng ca

thermometer

nhiệt kế

geboorte

sinh đẻ

overgewicht

thừa cân

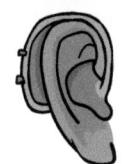

gehoorapparaat

máy trợ thính

ontsmettingsmiddel

chất khử trùng

infectie

nhiễm trùng

virus

vi rút

HIV / AIDS

HIV / AIDS

medicijn

thuốc

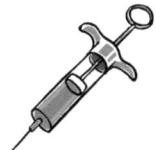

inenting

tiêm chủng

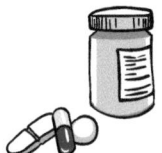

tabletten

thuốc viên

pil

viên thuốc

alarmnummer

gọi cấp cứu

bloeddrukmeter

máy đo huyết áp

ziek / gezond

bệnh / khỏe mạnh

Help!

cứu!

alarm

báo động

overval

cuộc đột kích

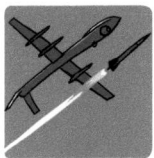

aanval

sự tấn công

gevaar

mối nguy hiểm

nooduitgang

lối thoát hiểm

Brand!

cháy!

brandblusser

bình chữa cháy

ongeluk

tai nạn

EHBO-koffer

bộ dụng cụ sơ cứu

SOS

SOS

politie

cảnh sát

Europa

châu Âu

Noord-Amerika

Bắc Mỹ

Zuid-Amerika

Nam Mỹ

Afrika

châu Phi

Azië

châu Á

Australië

châu Úc

Atlantische Oceaan

Đại Tây Dương

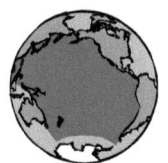

Stille Oceaan

Thái Bình Dương

Indische Oceaan

Ấn Độ Dương

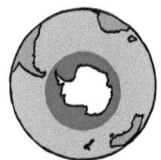

Zuidelijke Oceaan

Nam Cực Dương

Noordelijke IJszee

Bắc Băng Dương

Noordpool

bắc cực

Zuidpool

nam cực

Antarctica

nam cực

aarde

trái đất

land

đất liền

zee

biển

eiland

đảo

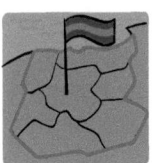

natie

quốc gia

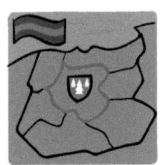

staat

nhà nước

wijzerplaat

mặt đồng hồ

uurwijzer

kim chỉ giờ

minutenwijzer

kim chỉ phút

secondewijzer

kim chỉ giây

Hoe laat is het?

Bây giờ là mấy giờ?

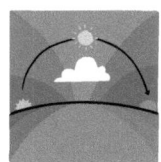

dag

ngày

tijd

thời gian

nu

bây giờ

digitaal horloge

đồng hồ điện tử

minuut

phút

uur

giờ

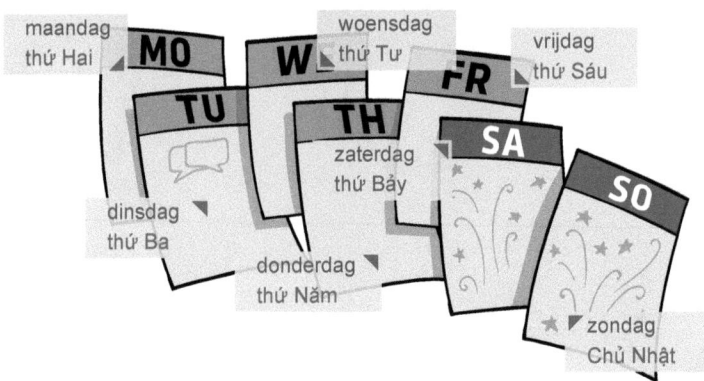

maandag
thứ Hai

woensdag
thứ Tư

vrijdag
thứ Sáu

zaterdag
thứ Bảy

dinsdag
thứ Ba

donderdag
thứ Năm

zondag
Chủ Nhật

gisteren

hôm qua

vandaag

hôm nay

morgen

ngày mai

ochtend

buổi sáng

middag

buổi trưa

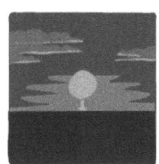

avond

buổi tối

MO	TU	WE	TH	FR	SA	SU
1	2	3	4	5	6	7
8	9	10	11	12	13	14
15	16	17	18	19	20	21
22	23	24	25	26	27	28
29	30	31	1	2	3	4

werkdagen

ngày làm việc

MO	TU	WE	TH	FR	SA	SU
1	2	3	4	5	6	7
8	9	10	11	12	13	14
15	16	17	18	19	20	21
22	23	24	25	26	27	28
29	30	31	1	2	3	4

weekend

cuối tuần

jaar
năm

regen
mưa
regenboog
cầu vồng
wind
gió
sneeuw
tuyết
voorjaar
mùa xuân
zomer
mùa hè
herfst
mùa thu
winter
mùa đông

4.APRIL 11°
5.APRIL 4°
6.APRIL 13°
7.APRIL 8°
8.APRIL 10°

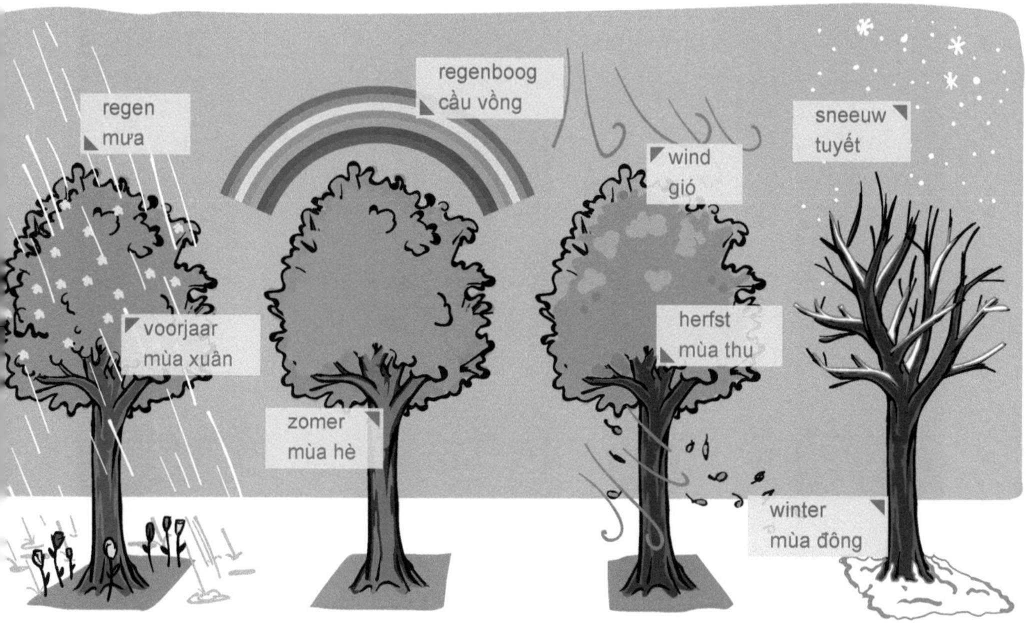

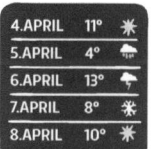

weerbericht

dự báo thời tiết

F C
120 90 60 30 0 -30
40 30 20 10 0 -10 -20

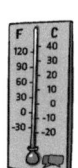

thermometer

nhiệt kế

zonneschijn

ánh nắng

wolk

mây

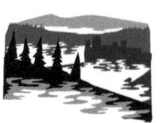

mist

sương mù

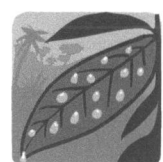

luchtvochtigheid

độ ẩm không khí

bliksem

tia chớp

donder

sấm sét

storm

cơn bão

hagel

mưa đá

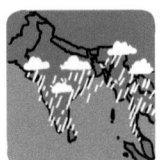

moesson

gió mùa

overstroming

lũ lụt

ijs

nước đá

januari

tháng Một

februari

tháng Hai

maart

tháng Ba

april

tháng Tư

mei

tháng Năm

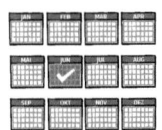

juni

tháng Sáu

juli

tháng Bảy

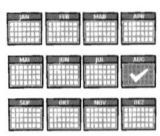

augustus

tháng Tám

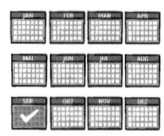

september
....
tháng Chín

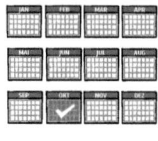

oktober
....
tháng Mười

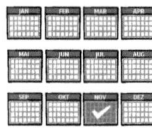

november
....
tháng Mười Một

december
....
tháng Mười Hai

vormen
hình dạng

cirkel
....
hình tròn

vierkant
....
hình vuông

rechthoek
....
hình chữ nhật

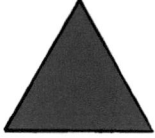

driehoek
....
hình tam giác

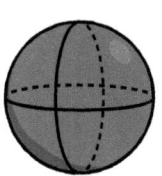

bol
....
hình cầu

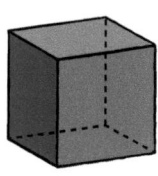

kubus
....
khối vuông

wit

màu trắng

geel

màu vàng

oranje

màu cam

roze

màu hồng

rood

màu đỏ

paars

màu tím

blauw

màu xanh dương

groen

màu xanh lá cây

bruin

màu nâu

grijs

màu xám

zwart

màu đen

veel / weinig
nhiều / ít

boos / rustig
tức tối / điềm tĩnh

mooi / lelijk
xinh đẹp / xấu xí

begin / einde
bắt đầu / kết thúc

groot / klein
to / nhỏ

licht / donker
sáng / tối

broer / zus
anh (em) trai / chị (em) gái

schoon / vies
sạch / bẩn

volledig / onvolledig
đủ / thiếu

dag/ nacht
ngày / đêm

dood / levend
chết / sống

breed / smal
rộng / chật hẹp

eetbaar / oneetbaar

ăn được / không ăn được

gemeen / aardig

ác / tử tế

opgewonden / verveeld

hào hứng / chán nản

dik / dun

béo / gầy

eerste / laatste

đầu tiên / cuối cùng

vriend / vijand

bạn / thù

vol / leeg

đầy / rỗng

hard / zacht

cứng / mềm

zwaar / licht

nặng / nhẹ

honger / dorst

đói / khát

ziek / gezond

bệnh / khỏe mạnh

illegaal / legaal

bất hợp pháp / hợp pháp

intelligent / dom

thông minh / ngu

links / rechts

trái / phải

dichtbij / ver

gần / xa

nieuw / gebruikt

mới / cũ

niets / iets

không có gì cả / có cái gì đó

oud / jong

già / trẻ

aan / uit

bật / tắc

open / gesloten

mở / đóng

zacht / luid

im lặng / ồn ào

rijk / arm

giàu / nghèo

goed / fout

đúng / sai

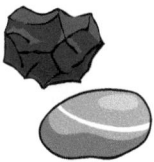

ruw / glad

sần sùi / mịn màng

verdrietig / gelukkig

buồn / vui

kort / lang

ngắn / dài

langzaam / snel

chậm / nhanh

nat / droog

ẩm ướt / khô ráo

warm / koel

ấm áp / mát mẻ

oorlog / vrede

chiến tranh / hòa bình

0

nul

số không

1

één

một

2

twee

hai

3

drie

ba

4

vier

bốn

5

vijf

năm

6

zes

sáu

7

zeven

bảy

8

acht

tám

9

negen

chín

10

tien

mười

11

elf

mười một

12

twaalf

mười hai

13

dertien

mười ba

14

veertien

mười bốn

15

vijftien

mười lăm

16

zestien

mười sáu

17

zeventien

mười bảy

18

achttien

mười tám

19

negentien

mười chín

20

twintig

hai mươi

100

honderd

một trăm

1.000

duizend

một ngàn

1.000.000

miljoen

một triệu

Engels

tiếng Anh

Amerikaans Engels

tiếng Anh Mỹ

Chinees Mandarijn

tiếng Quan Thoại

Hindi

tiếng Hin-di

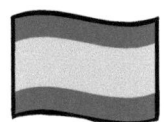

Spaans

tiếng Tây Ban Nha

Frans

tiếng Pháp

Arabisch

tiếng Ả-rập

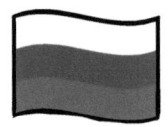

Russisch

tiếng Nga

Portugees

tiếng Bồ Đào Nha

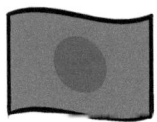

Bengalees

tiếng Bengal

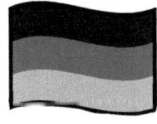

Duits

tiếng Đức

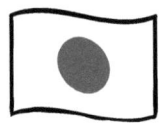

Japans

tiếng Nhật

ik
....
tôi

jij
....
bạn

hij / zij / het
....
anh ta / cô ta / nó

wij
....
chúng tôi

jullie
....
các bạn

zij
....
họ

wie?
....
ai?

wat?
....
cái gì?

hoe?
....
như thế nào?

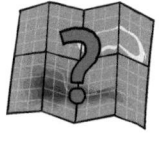

waar?
....
ở đâu?

wanneer?
....
lúc nào?

naam
....
tên

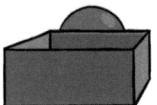

achter

phía sau

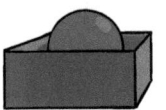

in

ở trong

voor

phía trước

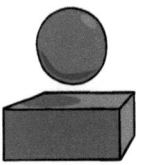

boven

phía trên

op

ở trên

onder

ở dưới

naast

bên cạnh

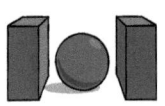

tussen

ở giữa

plaats

chỗ